Impressum
Verlag: BABADADA GmbH, Nedderfeld 112 , 22529 Hamburg
Geschäftsführer / Verlagsleitung: Harald Hof
Druck: Books on Demand GmbH, In de Tarpen 42, 22848 Norderstedt

Imprint
Publisher: BABADADA GmbH, Nedderfeld 112 , 22529 Hamburg, Germany
Managing Director / Publishing direction: Harald Hof
Print: Books on Demand GmbH, In de Tarpen 42, 22848 Norderstedt

shulе

School

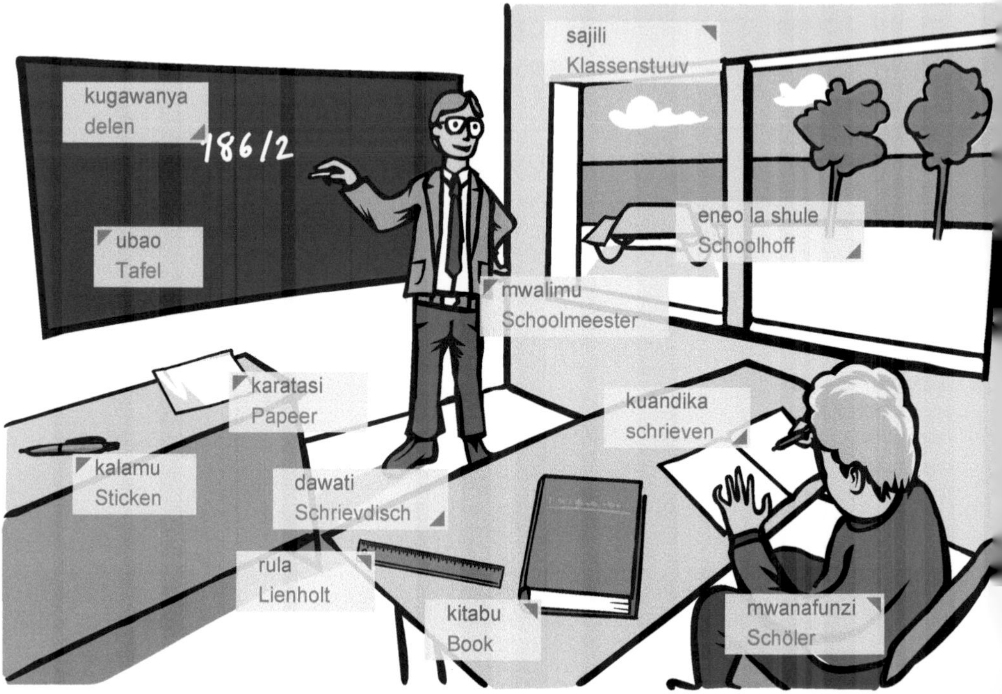

sajili
Klassenstuuv
kugawanya
delen
186/2
ubao
Tafel
eneo la shule
Schoolhoff
mwalimu
Schoolmeester
karatasi
Papeer
kuandika
schrieven
kalamu
Sticken
dawati
Schrievdisch
rula
Lienholt
kitabu
Book
mwanafunzi
Schöler

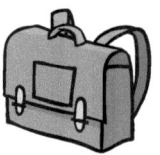

mkoba

Ranzel

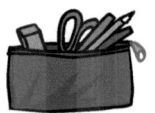

kikasha cha penseli

Feddermapp

penseli

Bleesticken

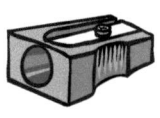

kichonga penseli

Scharpmaker

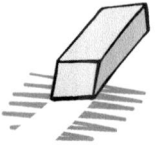

mpira

Radeergummi

pedi ya kuchora

Tekenblock

uchoraji

Teken

brashi ya rangi

Pinsel

sanduku la rangi

Malkassen

mkasi

Scheer

gundi

Klever

daftari

Heft to'n Öven

kazi ya nyumbani

Huusopgaav

nambari

Tall

jumlisha

tohooptellen

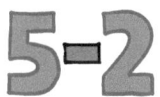

ondoa

aftrecken

zidisha

malnehmen

kokotoa

reken

barua

Bookstaav

alfabeti

ABC

neno

Woort

maandishi

Text

kusoma

lesen

chaki

Kried

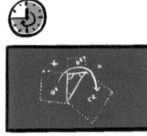

somo

Stunn

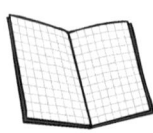

sajili

Klassenbook

uchunguzi

Pröven

cheti

Tüügnis

sare za shule

Schooluniform

elimu

Utbillen

elezo

Nakieksel

chuo kikuu

Universität

darubini

Mikroskop

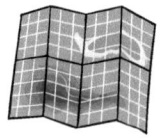

ramani

Koort

kikapu cha kuweka karatasi
chafu

Papeerkorf

hoteli
Hotel

Grand

hosteli
Harbarg

ROOMS

ofisi ya ubadilishanaji
Wesselstuuv

ECHANGE

sanduku
Kuffer

gari
Auto

lugha

Spraak

ndiyo / la

jo / ne

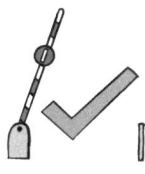

sawa

Jo

hujambo

Moin

mtafsiri

Översetter

Asante

Dank ok

kiasi gani ni ...?

Wat kost...?

Sielewi

Ik verstah nich

tatizo

Problem

Jioni njema!

Goden Avend

Habari za asubuhi!

Moin!

Usiku mwema!

Gode Nacht!

kwa heri

Tschüüs

mwelekeo

Richt

mizigo

Bagaasch

mfuko

Tasch

shanta

Rüchsack

mgeni

Gast

chumba

Stuuv

begi la kulalia

Slaapsack

hema

Telt

taarifa ya utalii

Touristeninformatschoon

ufuo

Strand

kadi

Kreditkoort

kifunguakinywa

Fröhstück

chakula cha mchana

Meddageten

chakula cha jioni

Avendeten

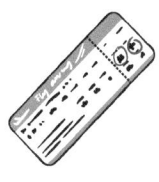

tiketi

Fohrkort

kuinua

Fohrstohl

muhuri

Breefmark

mpaka

Grenz

mila

Toll

ubalozi

Bottschop

visa

Visum

pasipoti

Pass

usafiri

Transport

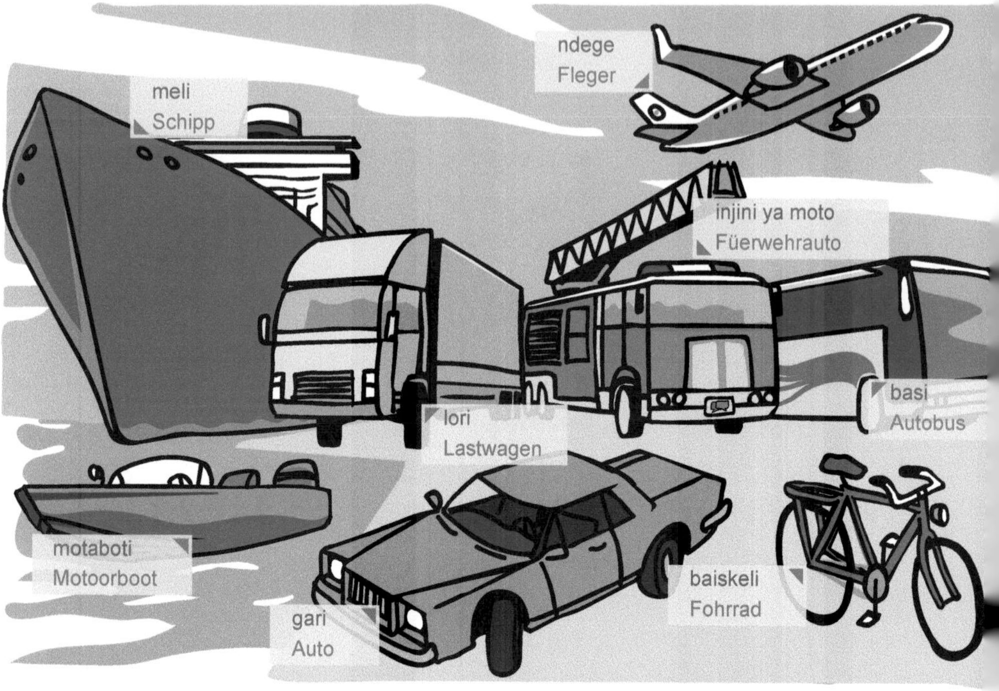

ndege
Fleger
meli
Schipp
injini ya moto
Füerwehrauto
basi
Autobus
lori
Lastwagen
motaboti
Motoorboot
baiskeli
Fohrrad
gari
Auto

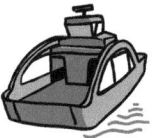

feri

Fähr

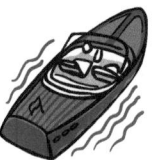

mashua

Boot

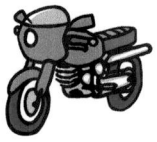

pikipiki

Motoorrad

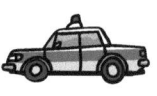

gari la polisi

Polizeiauto

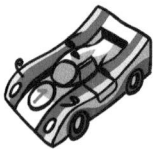

gari la mashindano

Rönnauto

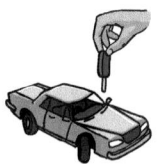

gari la kukodisha

Lehnwagen

kushiriki gari

Carsharing

lori la kuvuta

Afsleepwagen

ukusanyaji taka

Müllauto

motor

Motoor

mafuta

Kraftstoff

kituo cha mafuta

Tanksteed

ishara trafiki

Verkehrsschild

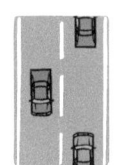

trafiki

Verkehr

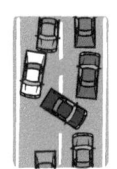

msongamano

Stau

maegesho

Afstellplatz

kituo cha treni

Bahnhoff

reli

Sporen

garimoshi

Tog

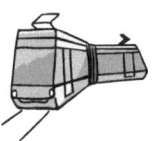

tremu

Stratenbahn

gari la mizigo

Wagon

helikopta
Dwarsmöhl

uwanja wa ndege
Flooghaven

mnara
Tower

abiria
Fohrgast

chombo
Grootkist

katoni
Karton

mkokoteni
Koor

kikapu
Korf

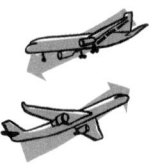

ondoka
starten / lannen

jiji
Stadt

kijiji
Dörp

katikati ya jiji
Binnenstadt

nyumba
Huus

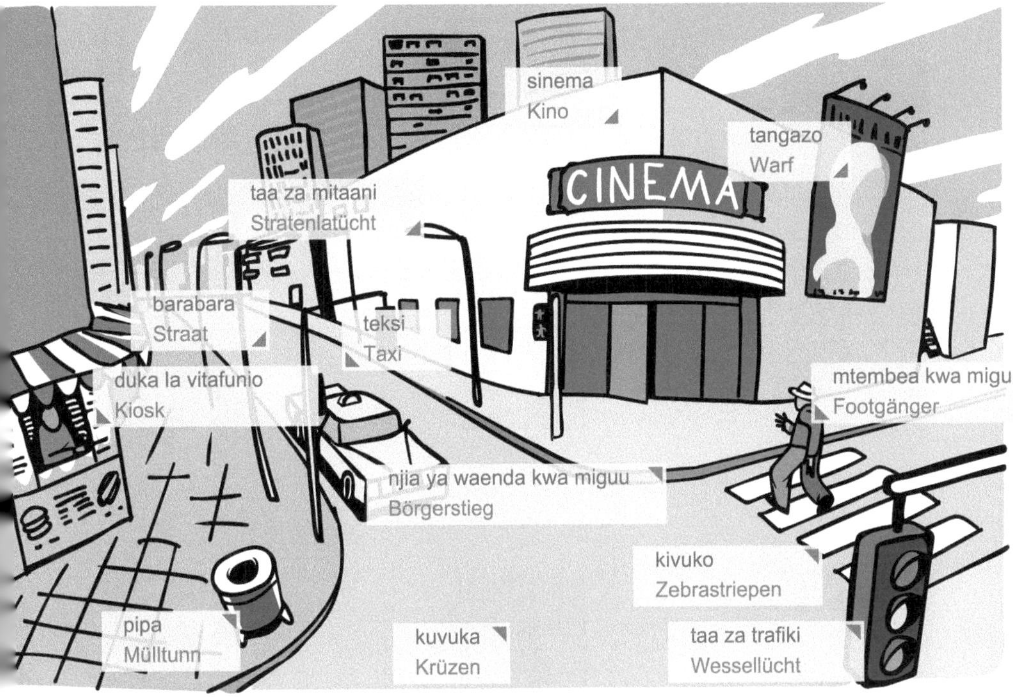

sinema
Kino

tangazo
Warf

taa za mitaani
Stratenlatücht

CINEMA

barabara
Straat

teksi
Taxi

duka la vitafunio
Kiosk

mtembea kwa migu
Footgänger

njia ya waenda kwa miguu
Börgerstieg

kivuko
Zebrastriepen

pipa
Mülltunn

kuvuka
Krüzen

taa za trafiki
Wessellücht

kibanda

Hütt

gorofa

Wahnung

kituo cha treni

Bahnhoff

ukumbi wa mji

Raathuus

Makavazi

Museum

shule

School

chuo kikuu

Universität

benki

Bank

hospitali

Krankenhuus

hoteli

Hotel

duka la dawa

Afteek

ofisi

Büro

duka la kitabu

Bookhökerie

duka

Hökerie

duka la maua

Blomenhökerie

dukakuu

Supermarkt

soko

Markt

idara ya kuhifadhi

Koophuus

mwuza samaki

Fischhökerie

kituo cha ununuzi

Inkoopszentrum

bandari

Haven

Hifadhi

Parkanlaag

benki

Bank

daraja

Brüch

vidato

Trepp

chini ya ardhi

Ünnergrundbahn

handaki

Tunnel

kituo cha mabasi

Busstoppsteed

bar

Bar

mgahawa

Spieslokal

sanduku la posta

Breefkassen

ishara ya barabara

Stratenschild

mita ya maegesho

Parkklock

bustani ya wanyama

Deertenpark

kidimbwi cha kuogelea

Baadanstalt

msikiti

Moschee

jiji - Stadt

shamba
Buernhoff

uchafuzi
Ümweltversmudden

makaburini
Karkhoff

kanisa
Kark

uwanja wa michezo
Speelplatz

hekalu
Tempel

mazingira
Landschop

jani
Blatt

ishara ya mwelekeo
Wiespahl

njia
Weg

malisho
Wisch

jiwe
Steen

mtembeaji wa masafa
Wannerer

mti
Boom

mto
Fluss

nyasi
Gras

ua
Bloom

bonde

Daal

kilima

Barg

ziwa

See

msitu

Holt

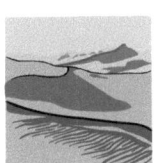
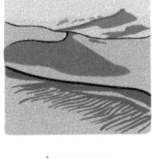

jangwa

Wööst

volkano

Füerspien Barg

ngome

Slott

upinde wa mvua

Regenbagen

uyoga

Poggenstohl

mtende

Palm

mbu

Steekmück

kuruka

Fleeg

chungu

Miegeemk

nyuki

Imm

buibui

Spinn

mende

Sebber

chura

Pogg

kuchakuro

Katteker

nungunungu

Swienegel

sungura

Haas

bundi

Uul

ndege

Vagel

swan

Swaan

nguruwe mwitu

Wildswien

kulungu

Hirsch

aina ya kongoni

Elk

bwawa

Staudamm

tabo ya upepo

Windrad

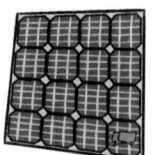

nishaji ya jua

Solarmodul

hali ya hewa

Klima

mgahawa
Spieslokal

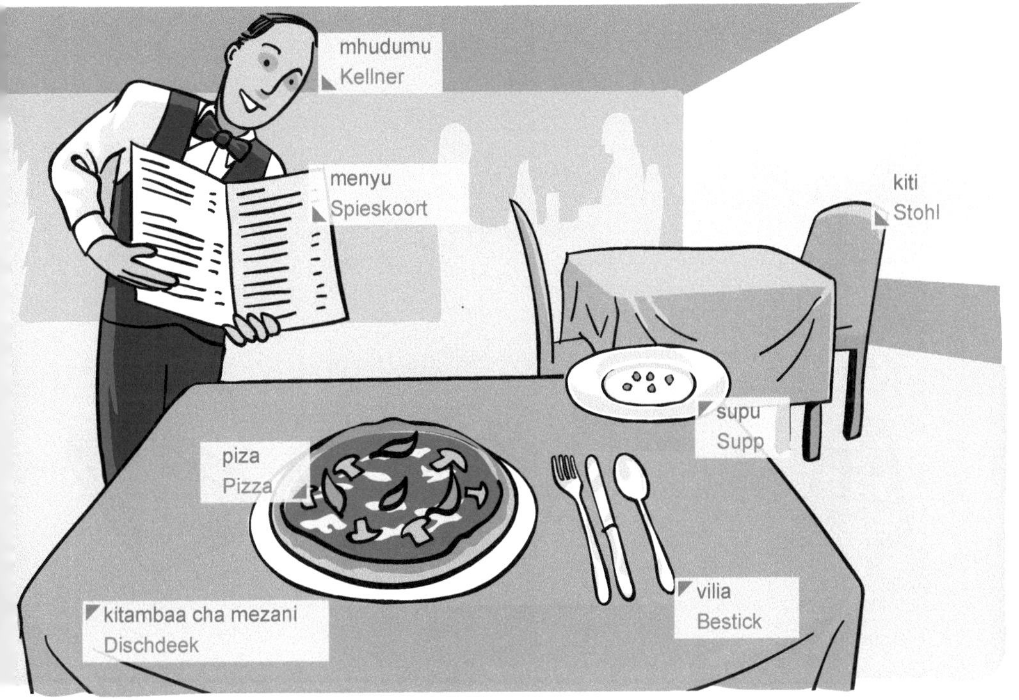
mhudumu
Kellner
menyu
Spieskoort
kiti
Stohl
supu
Supp
piza
Pizza
vilia
Bestick
kitambaa cha mezani
Dischdeek

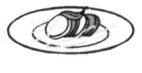

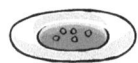

kiamsha hamu

Vörspies

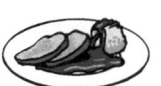

kozi kuu

Haupteten

kitindamlo

Nadisch

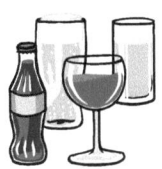

vinywaji

Drünk

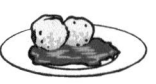

chakula

Eten

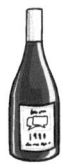

chupa

Buddel

chakula cha haraka
Fastfood

Streetfood
Strateneten

buli
Teekann

kisanduku cha sukari
Zuckerdoos

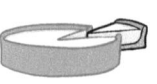

sehemu
Portschoon

mashine ya espresso
Espressomaschien

kiti kirefu
Hoochstohl

muswada
Reken

trei
Tablett

kisu
Mess

uma
Gavel

kijiko
Lepel

kijiko cha chai
Teelepel

nepi
Munddook

glasi
Glas

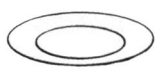

sahani

Töller

sahani ya supu

Suppentöller

sufuria

Ünnertass

mchuzi

Sooß

kichanyaji chumvi

Soltstreuer

kinu cha pilipili

Pepermöhl

siki

Etig

mafuta

Ööl

viungo

Krüder

kechapu

Ketchup

haradali

Mostrich

kachumbari nzito

Mayonnaise

dukakuu
Supermarkt

ofa maalum
Anbott
FOR
mteja
Kunn
maziwa
Melkprodukten
matunda
Aaft
toroli
Inkoopswagen

BUTCHERS

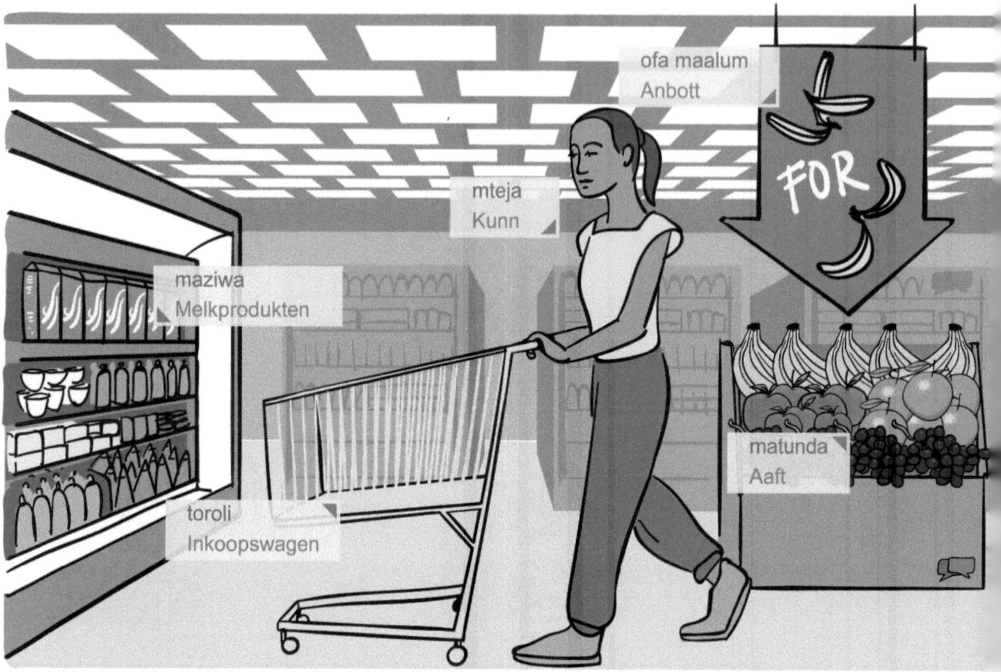

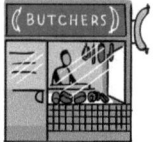

mchinjaji

Slachterie

BAKERY

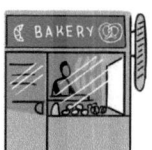

mwokaji

Bäckerie

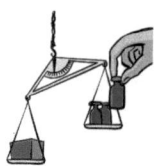

uzito

wegen

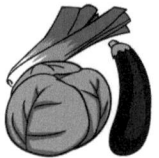

mboga

Gröönsaken

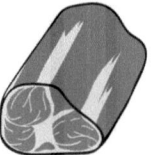

nyama

Fleesch

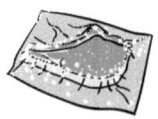

chakula waliohifadhiwa

Deepköhlkost

pande vya nyama baridi

Opsnitt

chakula cha kopo

Konserven

sabuni ya unga

Waschmiddel

pipi

Snoopkraam

bidhaa za kaya

Huushooltssaken

bidhaa za kusafisha

Reinmaaktüüch

mtu mauzo

Verköpersche

mpaka

Kass

keshia

Kasserer

orodha ya manunuzi

Inkoopslist

masaa ya ufunguzi

Opsparrtieden

mkoba

Breeftasch

kadi

Kreditkoort

mfuko

Tasch

mfuko wa plastiki

Plastiktüüt

maji

Water

sharubati

Saft

maziwa

Melk

coke

Cola

mvinyo

Wien

bia

Beer

pombe

Spriet

kakao

Kakao

chai

Tee

kahawa

Koffie

spreso

Espresso

kapuchino

Cappucino

ndizi

Banaan

tufaha

Appel

machungwa

Appelsien

tikiti

Meloon

lemon

Zitroon

karoti

Wöttel

kitunguu saumu

Knuuvlook

mianzi

Bambus

kitunguu

Zibbel

uyoga

Poggenstohl

karanga

Nööt

nudo

Nudeln

spageti
....
Spaghetti

mpunga
....
Ries

saladi
....
Salat

vibanzi
....
Pommes frites

viazi vya kukaanga
....
Braadkantüffeln

piza
....
Pizza

hambaga
....
Hamborger

sandwichi
....
Sandwich

kipande
....
Snitzel

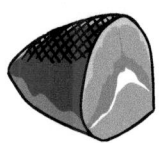

paja la mnyama
....
Schinken

salami
....
Salami

soseji
....
Wust

kuku
....
Hohn

choma
....
Braden

samaki
....
Fisch

oats ya uji

Haverflocken

muesli

Müsli

cornflakes

Cornflakes

unga

Mehl

kroisanti

Croissant

andazi

Rundstück

mkate

Broot

mkate wa kubanika

Toast

biskuti

Keksen

siagi

Botter

maziwa mgando

Quark

keki

Koken

yai

Ei

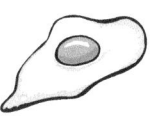

yai kukaanga

Spegelei

jibini

Kees

aiskrimu
les

sukari
Zucker

asali
Honnig

jemu
Marmelaad

kuenea kwa chokoleti
Nougat-Creme

mchuzi wa viungo
Curry

shamba
Buernhoff

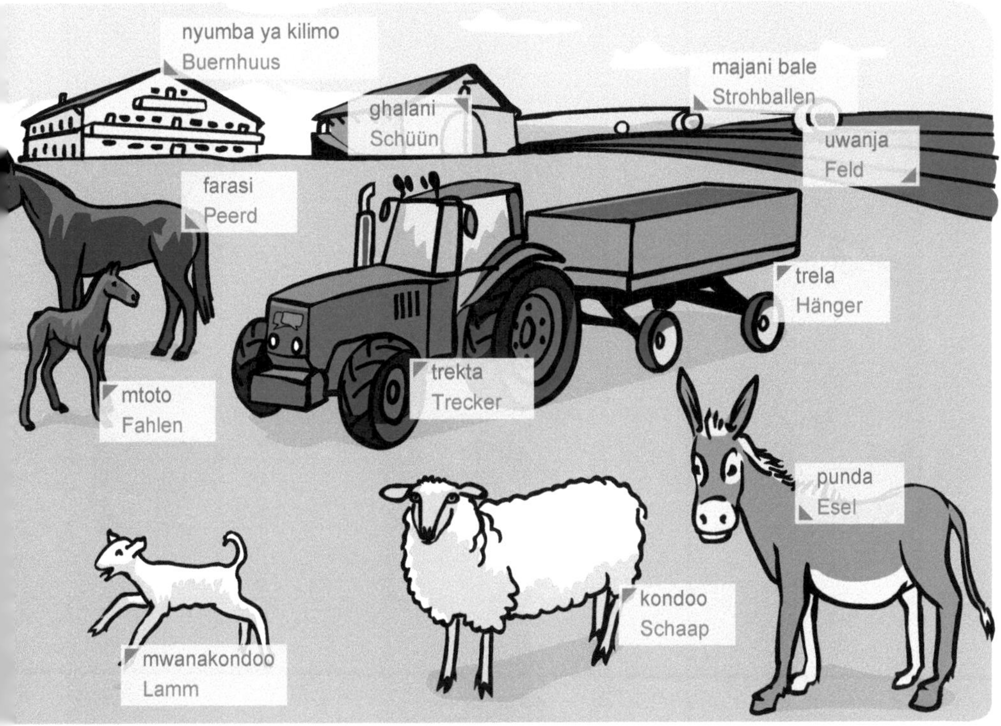
nyumba ya kilimo
Buernhuus
majani bale
Strohballen
ghalani
Schüün
uwanja
Feld
farasi
Peerd
trela
Hänger
trekta
Trecker
mtoto
Fahlen
punda
Esel
kondoo
Schaap
mwanakondoo
Lamm

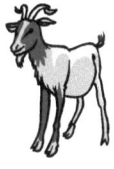

mbuzi

Zeeg

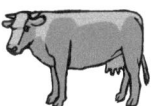

ng'ombe

Koh

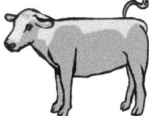

ndama

Kalf

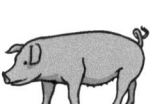

nguruwe

Swien

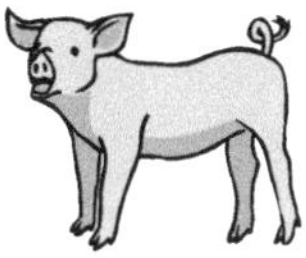

mwananguruwe

Farken

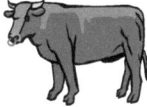

fahali

Bull

batabukini

Goos

bata

Aant

kifaranga

Küken

kuku

Hohn

jogoo

Hahn

panya

Rott

paka

Katt

panya

Muus

ng'ombe

Oss

mbwa

Hund

nyumba ya mbwa

Hunnenhütt

bomba la bustani

Goornslauch

debe la kumwagilia maji

Geetkann

fyekeo

Lee

kulima

Ploog

mundu

Sich

jembe

Hack

uma wa nyasi

Mestfork

shoka

Ext

toroli

Schuufkoor

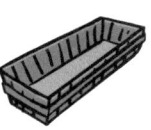

kupitia nyimbo

Trog

chombo cha maziwa

Melkkann

gunia

Sack

ua

Tuun

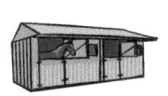

imara

Stall

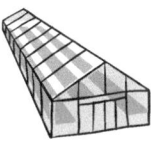

chafu

Drievhuus

udongo

Bodden

mbegu

Saat

mbolea

Dünger

kivunaji

Meihdöscher

mavuno

oornen

mavuno

Oorn

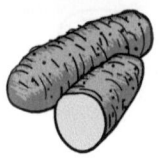

viazi vikuu

Yamswöttel

ngano

Weten

soya

Soja

viazi

Kantüffel

mahindi

Törksche Weten

rapa

Rapp

mti wa matunda

Aaftboom

muhogo

Troopsch Kantüffel

nafaka

Koorn

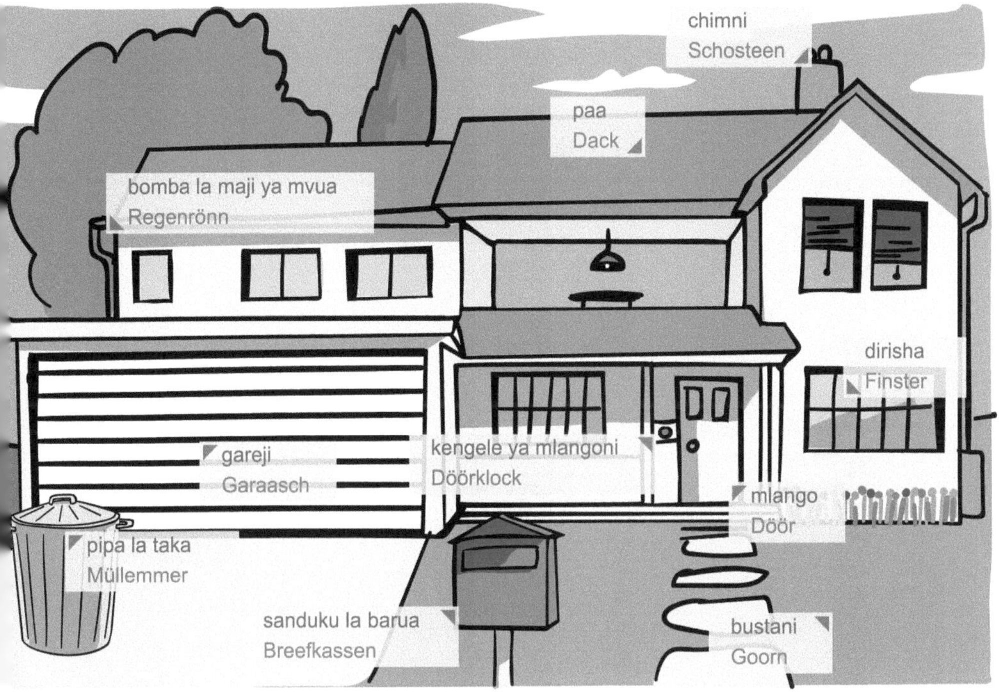

chimni
Schosteen

paa
Dack

bomba la maji ya mvua
Regenrönn

dirisha
Finster

gareji
Garaasch

kengele ya mlangoni
Döörklock

mlango
Döör

pipa la taka
Müllemmer

sanduku la barua
Breefkassen

bustani
Goorn

sebuleni

Wahnstuuv

bafu

Baadstuuv

jikoni

Köök

chumba cha kulala

Slaapstuuv

chumba ya mtoto

Kinnerstuuv

chumba cha kulia

Eetstuuv

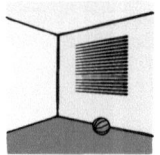

sakafu

Footbodden

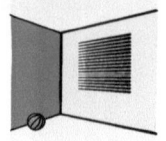

ukuta

Wand

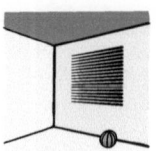

dari

Deek

pishi

Keller

sauna

Hittluftbad

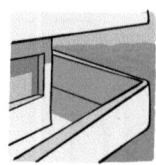

roshani

Balkon

mtaro

Terrass

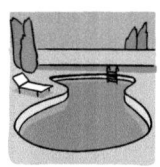

kidimbwi

Swümmbad

mashine ya kukata nyasi

Rasenmeiher

karatasi

Bettbetog

kitambaa cha kupamba
kitanda

Bettdeek

kitanda

Puuch

ufagio

Bessen

ndoo

Emmer

kubadili

Schalter

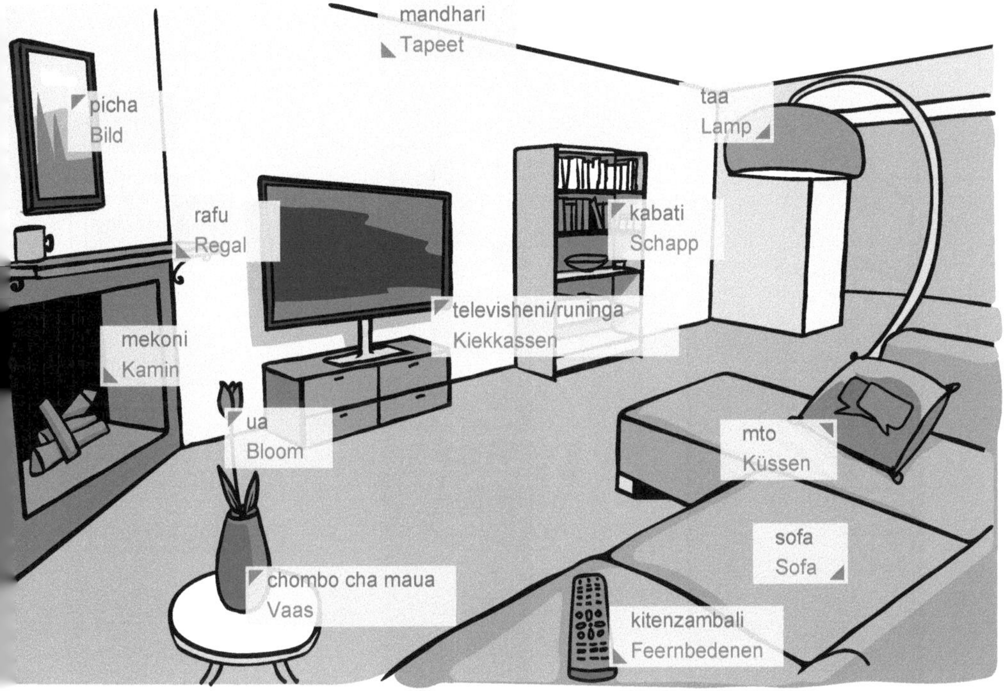

mandhari
Tapeet

picha
Bild

taa
Lamp

rafu
Regal

kabati
Schapp

mekoni
Kamin

televisheni/runinga
Kiekkassen

ua
Bloom

mto
Küssen

sofa
Sofa

chombo cha maua
Vaas

kitenzambali
Feernbedenen

zulia

Teppich

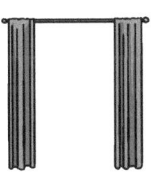

pazia

Vörhang

meza

Disch

kiti

Stohl

kiti cha bembea

Schuckelstohl

armchair

Sessel

kitabu

Book

blanketi

Deek

mapambo

Dekoratschoon

kuni

Füerholt

filamu

Film

kifaa cha hi-fi

Stereoanlaag

ufunguo

Slötel

gazeti

Narichtenblatt

uchoraji

Gemälde

bango

Poster

redio

Radio

daftari

Opschrievblock

kifyonza

Huulbessen

dungusi kakati

Kaktus

mshumaa

Kars

jikoni
Köök

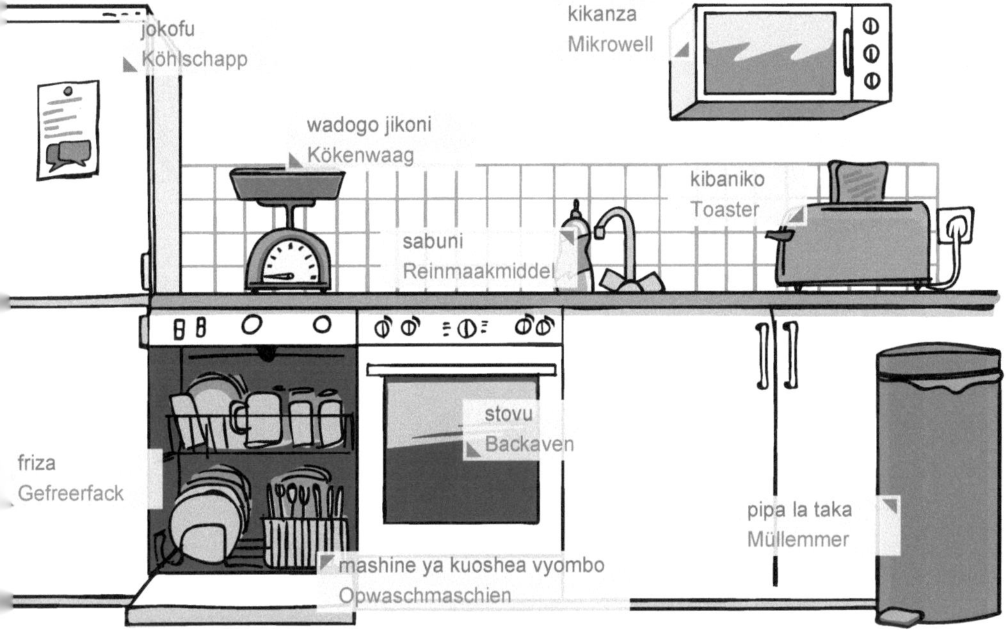
jokofu
Köhlschapp
kikanza
Mikrowell
wadogo jikoni
Kökenwaag
kibaniko
Toaster
sabuni
Reinmaakmiddel
stovu
Backaven
friza
Gefreerfack
pipa la taka
Müllemmer
mashine ya kuoshea vyombo
Opwaschmaschien

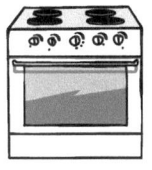

jiko la kupika
Heerd

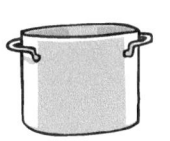

chungu
Pott

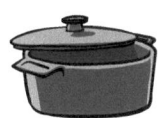

sufuria ya chuma
Gussiesern Putt

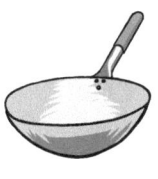

wok / kadai
Wok / Kadai

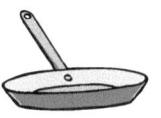

kaango
Pann

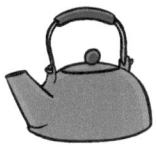

birika
Waterkaker

stima

Dampkaakputt

sinia ya kuoka

Backblick

vyombo vya udongo

Geschirr

kombe

Beker

bakuli

Schaal

vijiti vya kulia

Eetsticken

ukawa

Suppenkell

mwiko mpana

Pannenwenner

burashi

Sneebessen

kichujio

Kaakseef

chujio

Seef

mbuzi

Riev

chokaa

Mörser

barbeque

Grill

moto wazi

Füerstell

ubao wa majaribio

Sniedbrett

kijiti cha kusukuma unga

Nudelholt

kizibuo

Proppentrecker

kopo

Doos

inaweza kopo

Dosenaapner

kishikio cha chungu

Pottlappen

karo

Waschbecken

brashi

Böst

sifongo

Swamm

kisagaji matunda

Mixer

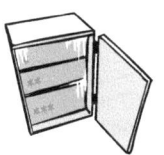

friji ya kina

lesschapp

chupa ya mtoto

Nuckelbuddel

bomba

Waterhahn

bafu

Baadstuuv

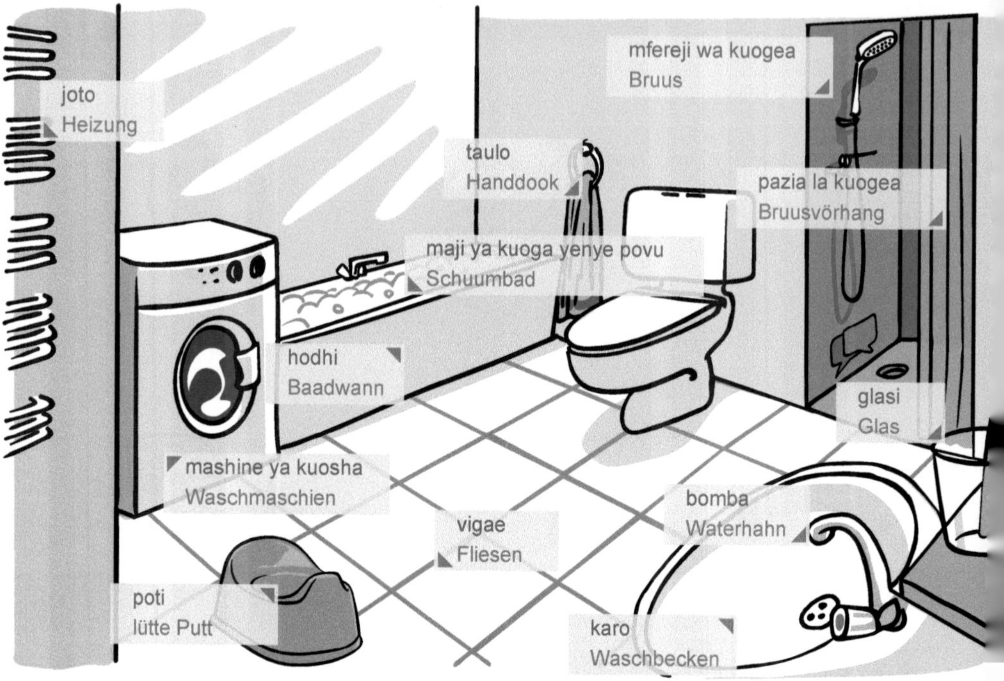
joto
Heizung
mfereji wa kuogea
Bruus
taulo
Handdook
pazia la kuogea
Bruusvörhang
maji ya kuoga yenye povu
Schuumbad
hodhi
Baadwann
glasi
Glas
mashine ya kuosha
Waschmaschien
bomba
Waterhahn
vigae
Fliesen
poti
lütte Putt
karo
Waschbecken

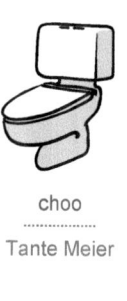

choo

Tante Meier

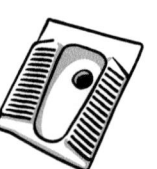

choo cha squat

Hockklo

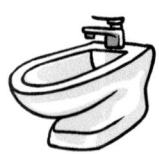

beseni la mviringo

Bidet

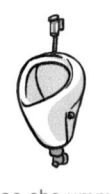

choo cha umma

Miegbecken

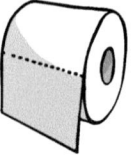

shashi

Klopapeer

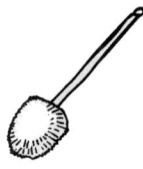

brashi ya choo

Kloböst

mswaki

Tähnböst

dawa ya meno

Tähnpast

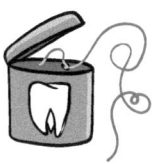

dawa ya meno

Tähnsied

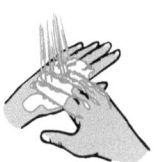

safisha

waschen

kuoga mkono

Handbruus

msukumo wa maji

Intimbruus

bonde

Waschschöttel

mpako wa pili

Rüchböst

sabuni

Seep

jeli ya kuogea

Bruusgeel

shampuu

Hoorwaschmiddel

flana

Waschlappen

toa maji

Afloop

krimu

Creme

kiondoa harufu

Deodorant

kioo

Spegel

kioo mkono

Kosmetikspegel

kinyozi

Raserer

povu la kunyoa

Raseerschuum

baada ya kunyoa

Raseerwater

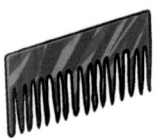

kichana

Kamm

brashi

Böst

kikausha nywele

Hoordröger

marashi ya nyewele

Hoorspray

vipodozi

Smink

kidomwa

Lippensticken

varnish ya msumari

Nagellack

pamba

Watt

mkasi wa kucha

Nagelscheer

manukato

Rüükwater

mkoba wa kuosha

Kulturbüdel

kinyesi

Schemel

mizani

Waag

nguo ya kuoga

Baadmantel

glavu za mpira

Gummihanschen

kisodo

Tampon

sodo

Damenbinn

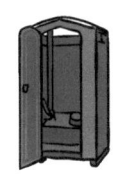

kemikali choo

Chemieklo

chumba ya mtoto
Kinnerstuuv

saa ya kengele
Wecker
kidoli cha kupakata
Knudeldeert
gari bandia
Speeltüüchauto
kelele
Klöter
chumba cha midoli
Poppenhuus
sasa
Geschenk

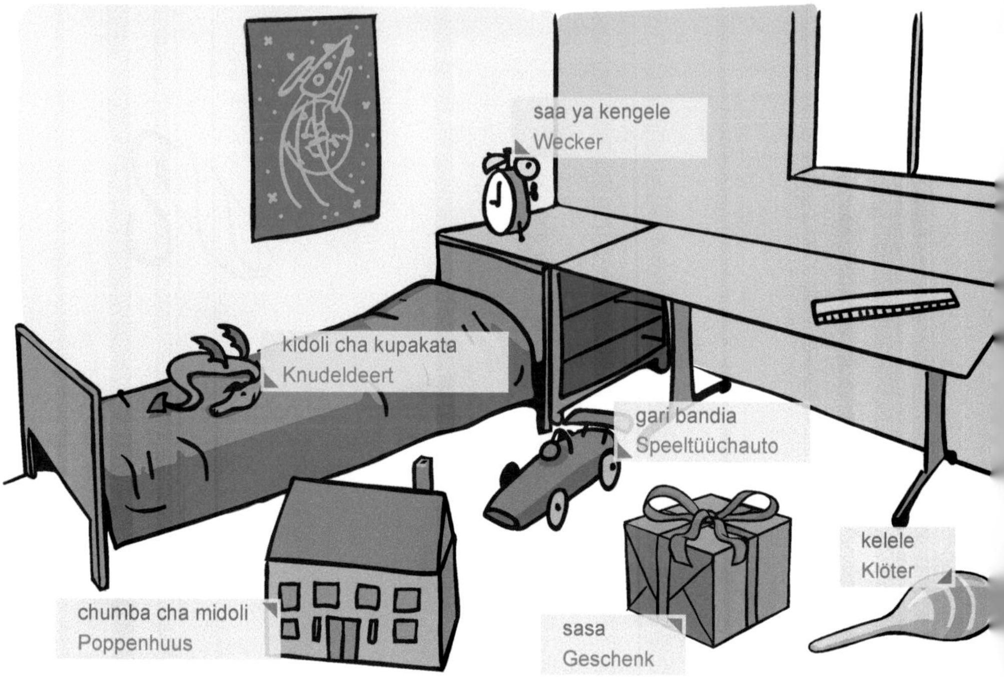

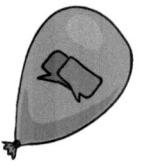

baluni
Luftballon

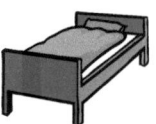

kitanda
Puuch

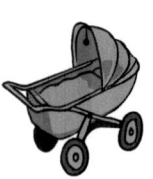

mashua
Kinnerwagen

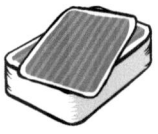

staha ya kadi
Koortenspeel

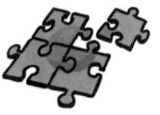

mchezo-fumb
Puzzle

SUPER
MEGA

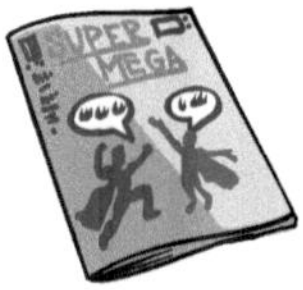

vichekesho
Billergeschicht

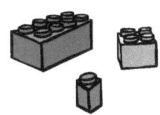

matofali lego
....
Legostenen

vitalu mwigo
....
Bustenen

hatua takwimu
....
Action-Figur

suti ya kulalia
....
Strampelantog

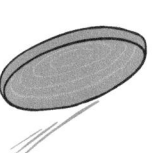

kisahani
....
Frisbeeschiev

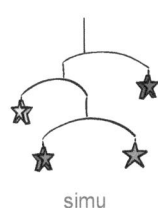

simu
....
Mobile

ubao wa michezo
....
Brettspeel

kete
....
Wörpel

garimoshi mwigo
....
Modelliesenbahn

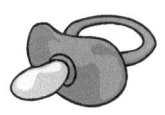

dummy
....
Snuller

chama
....
Party

picha kitabu
....
Billerbook

mpira
....
Ball

kikaragosi
....
Popp

kucheza
....
spelen

shimo la mchanga

Sandkassen

bembea

Schuckel

vitu bandia

Speeltüüch

kiweko cha video ya mchezo

Speelkonsool

baiskeli ya magurudumu

Dreerad

matatu

mwanasesere

Teddyboor

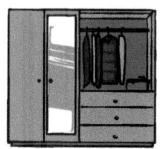

kabati

Klederschapp

nguo
Tüüch

soksi

Socken

stokingi

Strümp

kibano

Strumpbüx

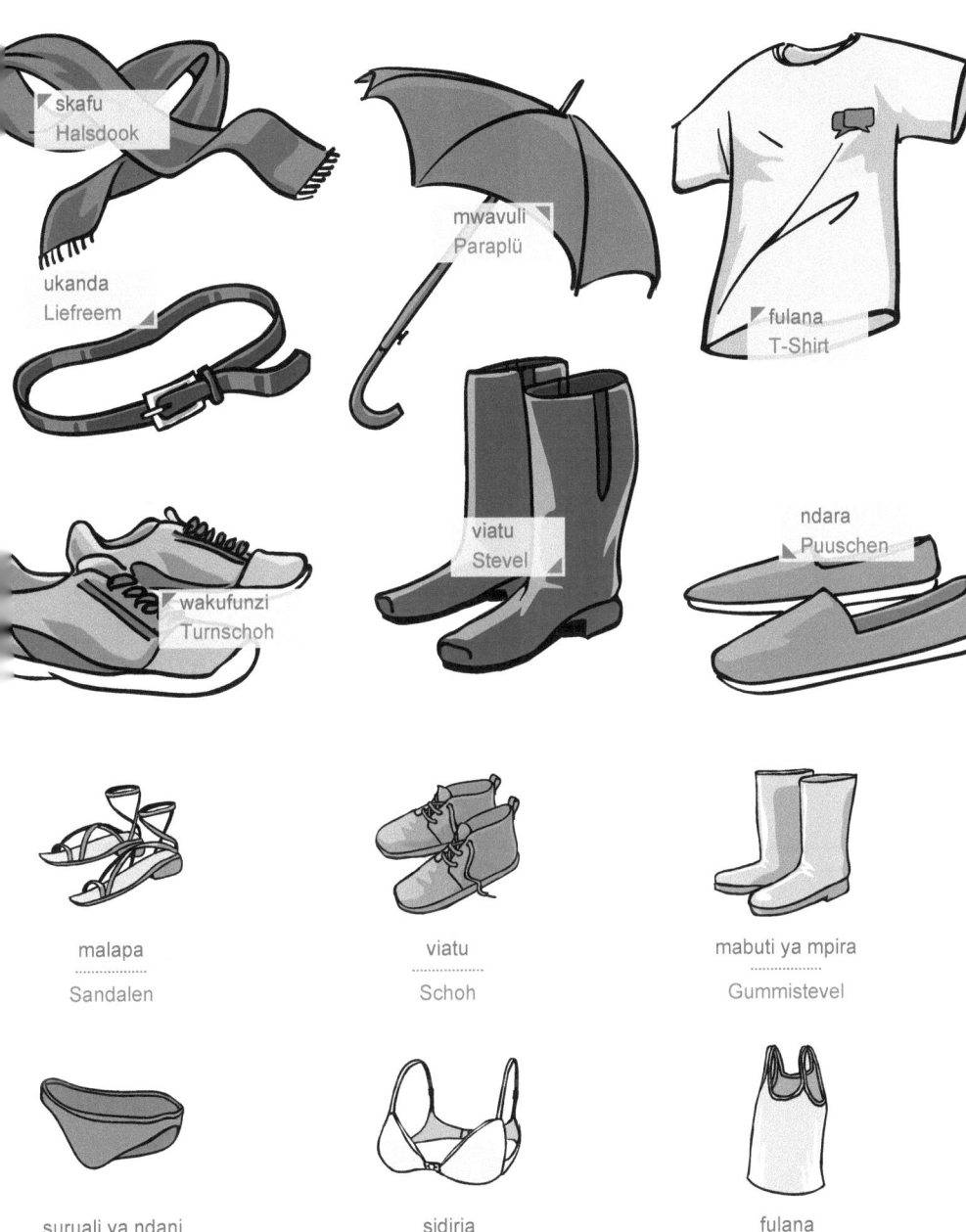

skafu
Halsdook

mwavuli
Paraplü

fulana
T-Shirt

ukanda
Liefreem

viatu
Stevel

ndara
Puuschen

wakufunzi
Turnschoh

malapa
Sandalen

viatu
Schoh

mabuti ya mpira
Gummistevel

suruali ya ndani
Ünnerbüx

sidiria
Bostholler

fulana
Ünnerhemd

mwili

Lief

suruali

Büx

dangirizi

Jeansnüx

sketi

Rock

blauzi

Bluus

shati

Hemd

vuta

Pullover

sweta

Kapuzenpullover

bleza

Blazer

jaketi

Jack

koti

Mantel

koti la mvua

Övertrecker

maleba

Kostüm

gauni

Kleed

mavazi ya harusi

Hochtietskleed

suti

Antog

vazi la usiku

Nachtkleed

pajama

Slaapantog

sari

Sari

skafu

Koppdook

kilemba

Turban

burka

Burka

kaftan

Kaftan

abaya

Abaya

vazi la kuogelea

Baadantog

vazi la kiume la kuogelea

Baadbüx

kaptura

Korte Büx

teitei

Antog to'n Öven

aproni

Schört

glavu

Handschoh

kifungo

Knopp

glasi

Brill

bangili

Armband

mkufu

Halskeed

pete

Ring

herini

Ohrbummel

kofia

Mütz

kiango cha koti

Klederbögel

kofia

Hoot

tai

Binner

zipu

Rietslüter

kofia

Helm

kanda za suruali

Drachtband

sare za shule

Schooluniform

sare

Uniform

bibu
....
Severböten

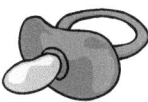

dummy
....
Snuller

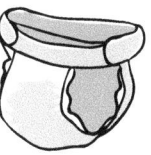

nepi
....
Winnel

seva
Server

kabati la kuweka faili
Aktenschapp

kichapishaji
Drucker

kiwambo
Bildschirm

karatasi
Papeer

dawati
Schrievdisch

kipanya
Muus

folda
Orner

kibodi
Knoopboord

cha kuweka karatasi chafu
korf

kompyuta
Computer

kiti
Stohl

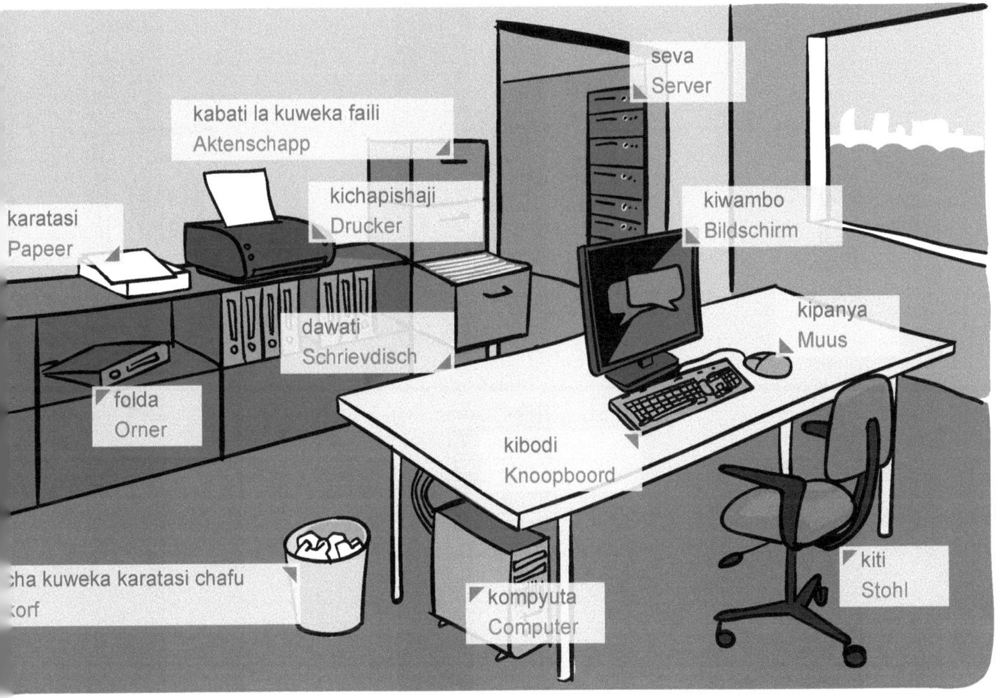

kmobe la kahawa
....
Koffiebeker

kikokotoo
....
Taschenreekner

biashara
....
Internet

mbali

Klappreekner

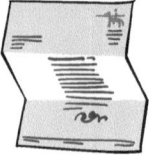

barua

Breef

ujumbe

Naricht

rununu

Ackersnacker

intaneti

Nettwark

fotokopia

Kopeerapparat

programu

Software

simu

Klöönkassen

soketi

Steekdoos

kipepesi

Faxapparat

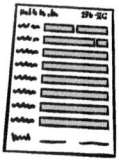

fomu

Formulor

hati

Dokument

kununua

köpen

kulipa

betahlen

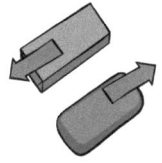

biashara

hanneln

fedha

Geld

dola

Dollar

yuro

Euro

yeni

Yen

rouble

Ruvel

faranga ya Uswisi

Swiezer Franken

renminbi yuan

Renminbi Yuan

rupia

Rupie

eneo la kulipia

Geldautomat

ofisi ya ubadilishanaji

Wesselstuuv

dhahabu

Gold

fedha

Sülver

mafuta

Ööl

nishati

Energie

bei

Pries

mkataba

Verdrag

kodi

Stüer

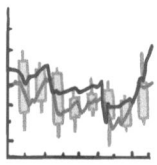

bidhaa

Andeelschien

kazi

arbeiden

mfanyakazi

Anstellte

mwajiri

Arbeitgever

kiwanda

Fabrik

duka

Hökerie

afisa wa polisi
Wachtmeester

mzimamoto
Füerwehrmann

mpishi
Kock

daktari
Dokter

rubani
Fleger

mtunza bustani

Goorner

seremala

Discher

mshonaji

Neihersche

hakimu

Richter

mwanakemia

Chemiker

muigizaji

Schauspeler

dereva wa basi

Busfohrer

dereva wa teksi

Taxifohrer

mvuvi

Fischer

mwanamke wa kusafisha

Reinmaakfru

mwezekaji

Dackdecker

mhudumu

Kellner

mwindaji

Jäger

mchoraji

Maler

mwokaji

Bäcker

umeme

Elektriker

mjenzi

Buarbeider

mhandisi

Ingenieur

mchinjaji

Slachter

fundi bomba

Klempner

mwanaposta

Postbüdel

mwanajeshi

Suldat

msanifu majengo

Architekt

keshia

Kasserer

muuza maua

Florist

msusi

Putzbüdel

kondakta

Schaffner

mekanika

Mechaniker

nahodha

Kaptein

daktari wa meno

Tähndokter

mwanasayansi

Wetenschopler

rabbi

Rabbi

imamu

Imam

mtawa

Mönk

kasisi

Paap

zana
Warktüüch

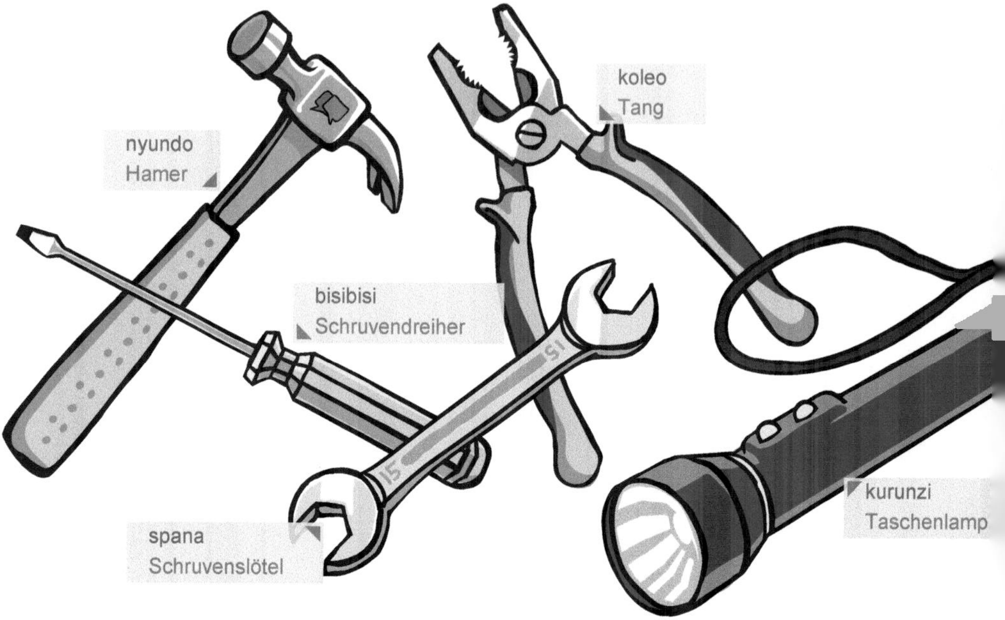
nyundo
Hamer
koleo
Tang
bisibisi
Schruvendreiher
spana
Schruvenslötel
kurunzi
Taschenlamp

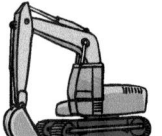

mchimbaji

Grieper

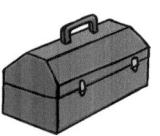

sanduku la vifaa

Warktüüchkassen

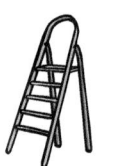

ngazi

Ledder

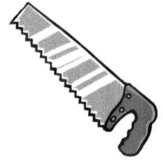

msumeno

Saag

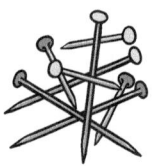

misumari

Nagels

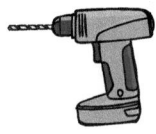

kuchimba visima

Bohrer

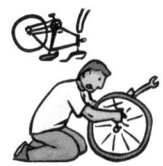

kukarabati

heelmaken

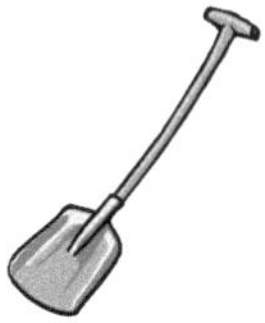

sepetu

Schüffel

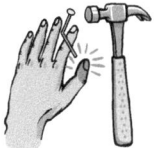

Lo!

Schiet!

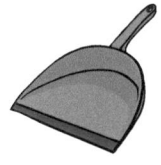

kishikio cha uchafu

Kehrblick

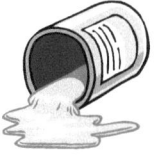

chungu cha rangi

Farvpott

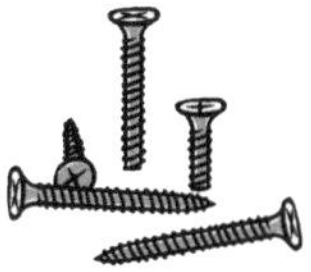

skurubu

Schruven

ala za muziki

Musikinstrumenten

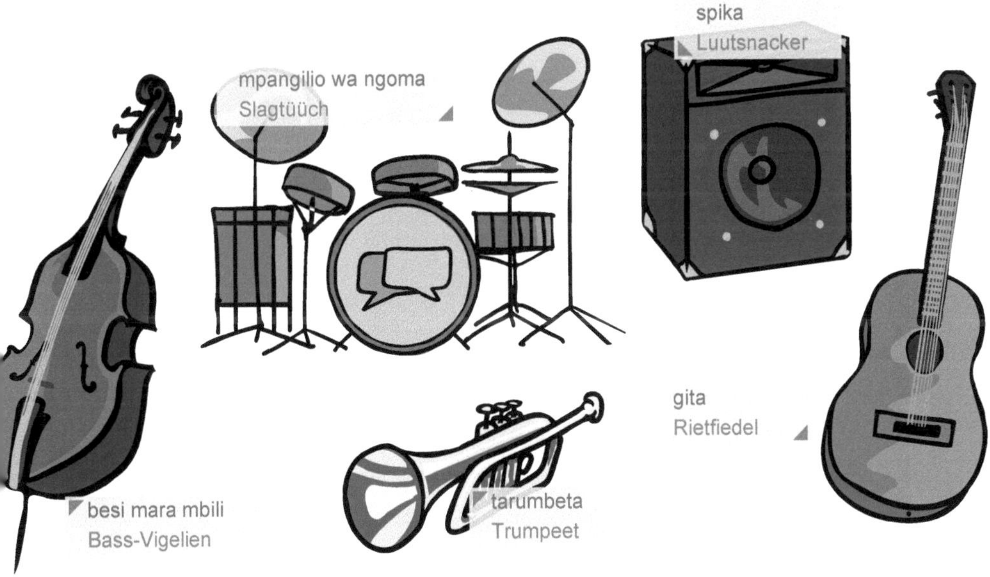
mpangilio wa ngoma
Slagtüüch
spika
Luutsnacker
gita
Rietfiedel
besi mara mbili
Bass-Vigelien
tarumbeta
Trumpeet

piano

Klaveer

fidla

Vigelien

ubeji

Bass

timpani

Pauk

ngoma

Trummeln

kibodi

Keyboard

saksafoni

Saxophon

filimbi

Fleut

maikrofoni

Mikrofoon

bustani ya wanyama
Deertenpark

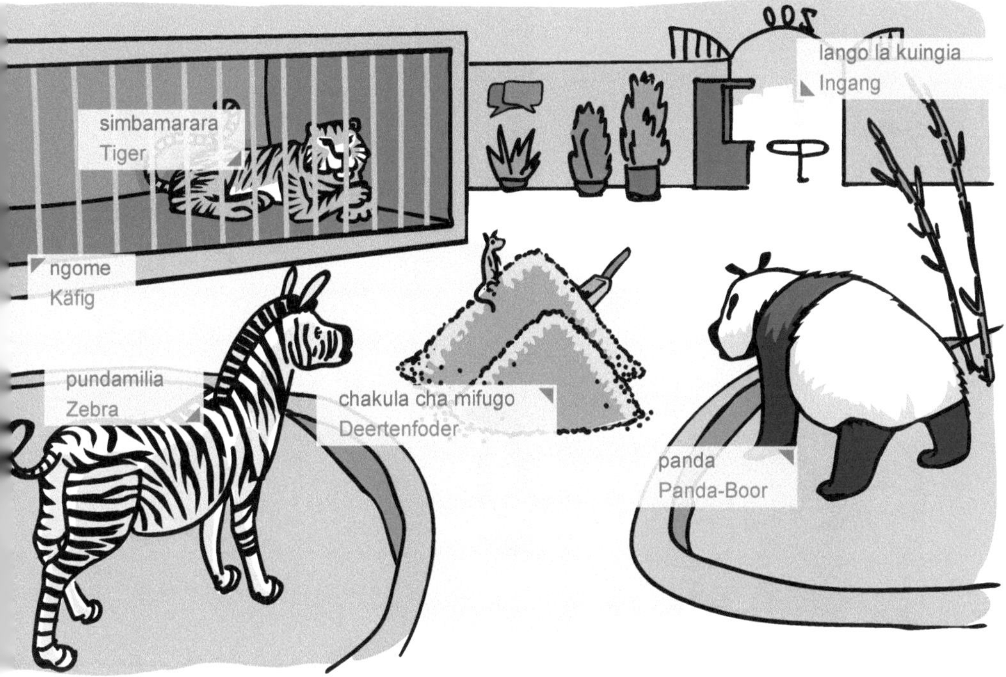

simbamarara
Tiger
lango la kuingia
Ingang
ngome
Käfig
pundamilia
Zebra
chakula cha mifugo
Deertenfoder
panda
Panda-Boor

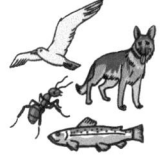

wanyama
Deerten

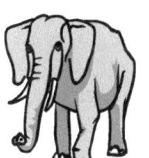

tembo
Elefant

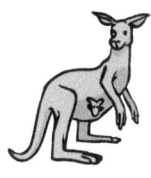

kangaruu
Känguru

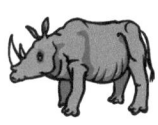

kifaru
Neeshoorn

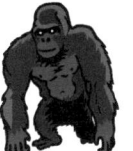

sokwe
Gorilla

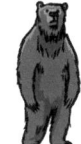

dubu
Boor

ngamia

Kameel

mbuni

Struuß

simba

Lööv

tumbili

Aap

heroe

Flamingo

kasuku

Papagoi

dubu

lesboor

penguini

Pinguin

papa

Haifisch

tausi

Pageluun

nyoka

Slang

mamba

Krokodil

mtunza wanyama

Oppasser in'n Deertenpark

muhuri

Saalhund

jaguar

Jaguor

mwanafarasi
Pony

chui
Leopard

kiboko
Nilpeerd

twiga
Giraff

tai
Aadler

nguruwe mwitu
Wildswien

samaki
Fisch

kobe
Schildkrööt

sili
Walross

mbweha
Voss

paa
Gazell

soka ya marekani
Amerikaansch Football

uendeshaji baiskeli
Radfohren

tenisi
Tennis

mpira wa kikapu
Korfball

kuogelea
Swümmen

ndondi
Boxen

magongo ya barafuni
leshockey

soka

Football

vinyoya

Fedderball

riadha

Leichtathletik

mpira wa mikono

Handball

skii

Skilopen

polo

Polo

shughuli
Aktivitäten

kuruka
springen
kumbatia
ümarmen
cheka
lachen
kutembea
gahn
kuimba
singen
ota ndoto
drömen
kuomba
beden
busu
snuteln

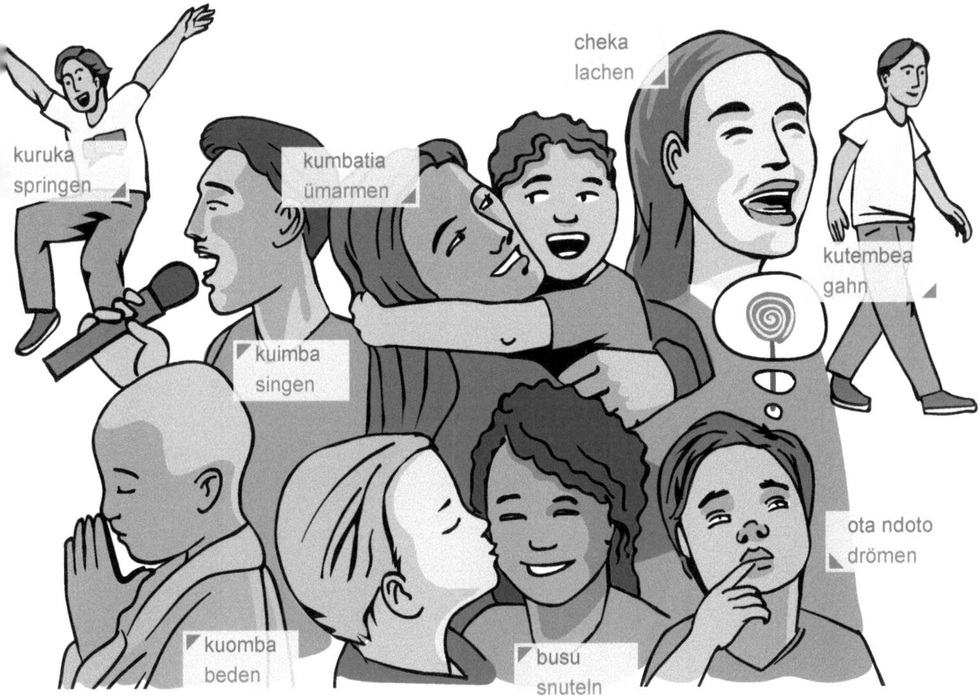

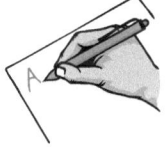

kuandika
schrieven

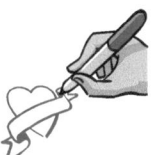

kuteka
teken

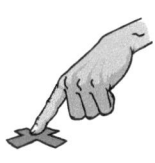

angalia
wiesen

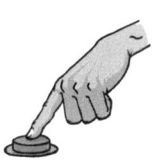

sukuma
drücken

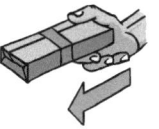

kutoa
geven

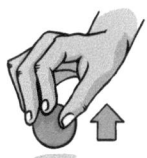

kuchukua
nehmen

kuwa

hebben

fanya

doon

kuwa

sien

kusimama

stahn

kukimbia

lopen

vuta

trecken

kutupa

smieten

kuanguka

fallen

hadaa

liggen

kusubiri

töven

kubeba

dregen

kukaa

sitten

vaa nguo

antrecken

usingizi

slapen

kuamka

opwaken

kuangalia

ankieken

lia

wenen

kiharusi

eien

chana nywele

kämmen

ongea

snacken

kuelewa

verstahn

kuuliza

fragen

kusikiliza

hören

kunywa

drinken

kula

eten

nadhifisha

oprümen

upendo

leefhebben

mpishi

kaken

gari

fohren

kuruka

flegen

meli

segeln

kokotoa

reken

kusoma

lesen

kujifunza

lehren

kazi

arbeiden

kuoa

de Plünnen tohoopsmieten

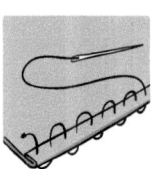

kushona

neihen

piga mswaki

Tähnen putzen

kuua

dootmaken

moshi

smöken

kutuma

schicken

familia

Familje

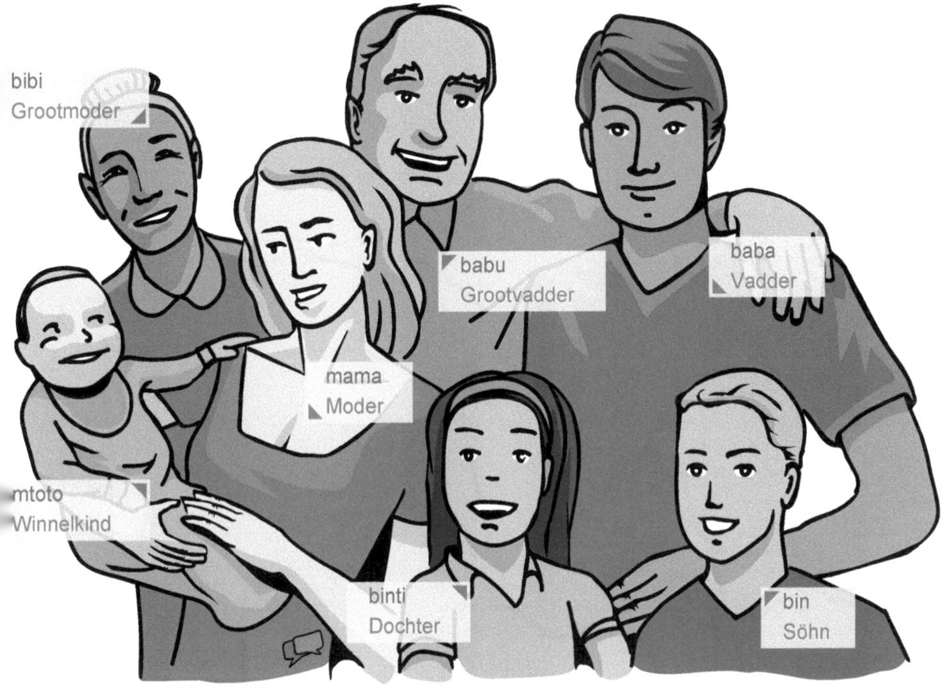

bibi
Grootmoder
babu
Grootvadder
baba
Vadder
mama
Moder
mtoto
Winnelkind
binti
Dochter
bin
Söhn

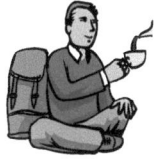

mgeni

Gast

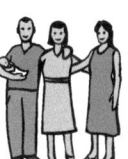

shangazi

Tant

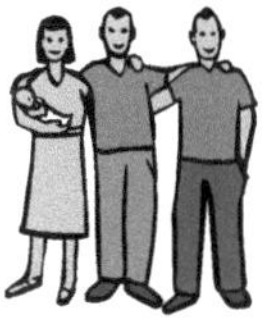

mjomba

Unkel

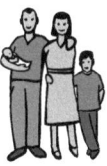

kaka

Broder

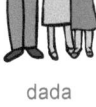

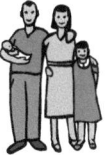

dada

Süster

mwili

Lief

paji la uso
Vörkopp
jicho
Oog
bega
Schuller
kidole
Finger
uso
Gesicht
kidevu
Kinn
mkono
Hand
matiti
Bost
mguu
Been
mkono
Arm

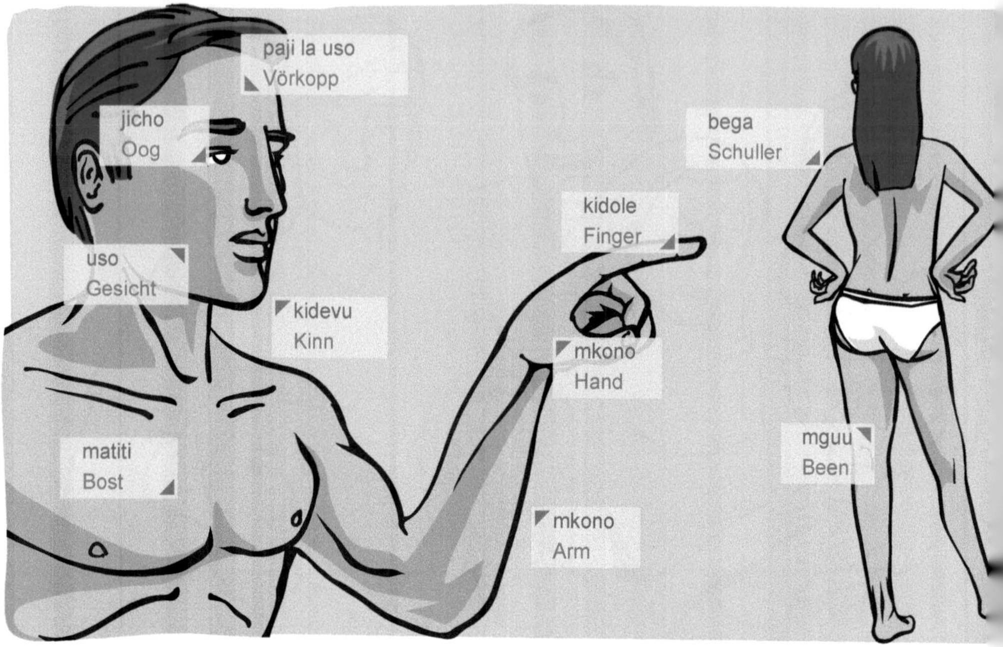

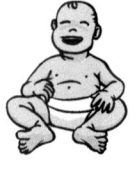

mtoto

Winnelkind

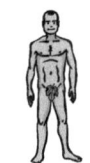

mwanamume

Mann

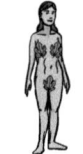

mwanamke

Fro

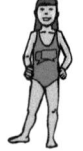

msichana

Deern

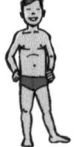

mvulana

Jung

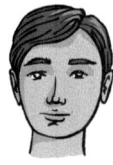

kichwa

Arm

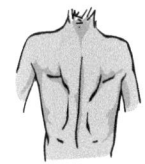

nyuma

Rüch

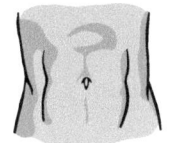

tumbo

Buuk

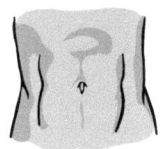

kitovu

Navel

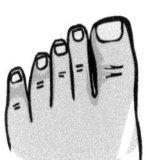

chano

Teh

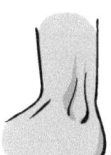

kisigino

Hack

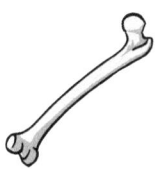

mfupa

Knaken

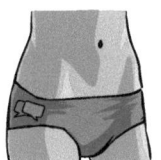

nyonga

Hüft

goti

Knee

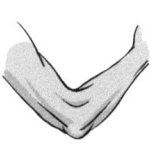

kiwiko

Ellbagen

pua

Nees

chini

Achtersen

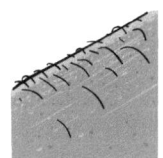

ngozi

Huut

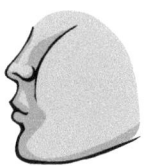

shavu

Back

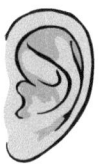

sikio

Ohr

mdomo

Lipp

kinywa

Mund

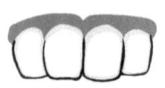

jino

Tähn

ulimi

Tung

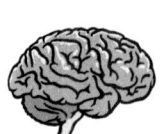

ubongo

Bregen

moyo

Hart

misuli

Muskel

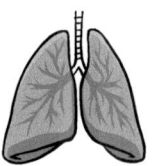

pafu

Lung

ini

Lever

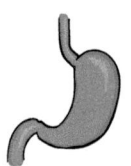

tumbo

Maag

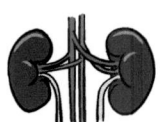

figo

Neren

jinsia

Bislaap

kondomu

Kondoom

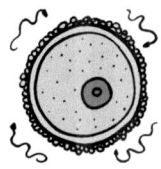

ovari

Eizell

shahawa

Sperma

mimba

Anner Ümstänn

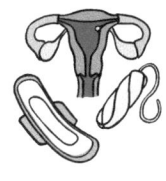

hedhi

Menstruatschoon

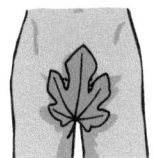

uke

Scheed

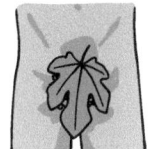

uume

Pint

unyusi

Ogenbroe

nywele

Hoor

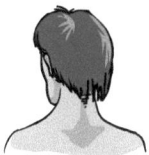

shingo

Hals

hospitali

Krankenhuus

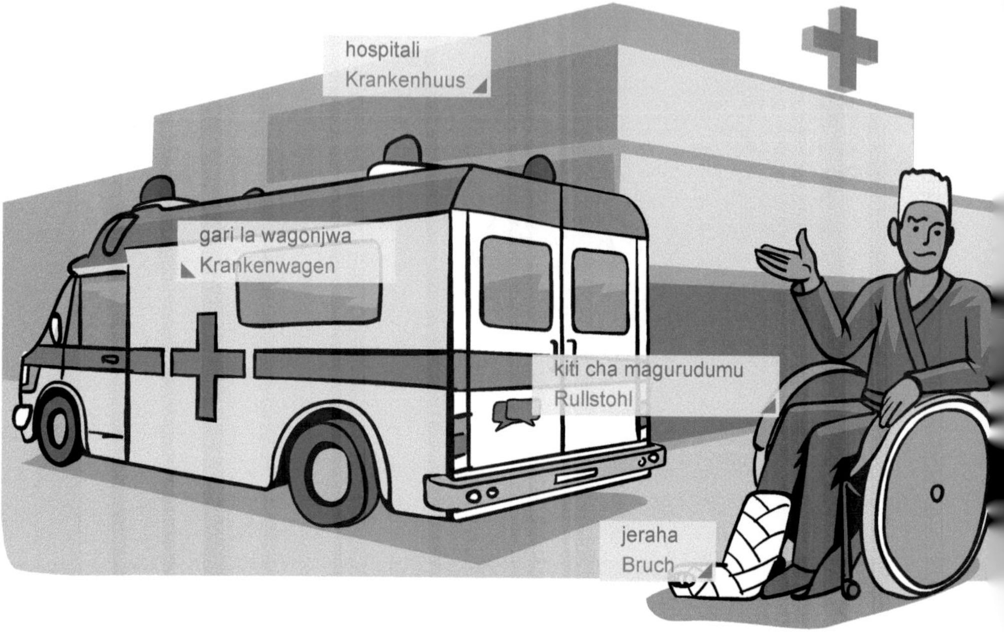

hospitali
Krankenhuus
gari la wagonjwa
Krankenwagen
kiti cha magurudumu
Rullstohl
jeraha
Bruch

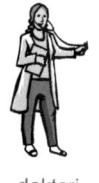

daktari

Dokter

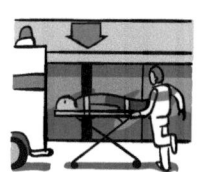

chumba cha dharura

Nootopnahm

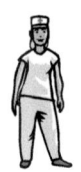

muuguzi

Krankensüster

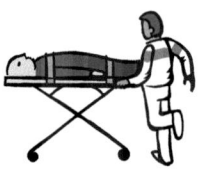

dharura

Nootfall

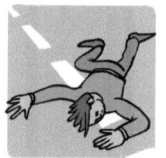

kupoteza fahamu

ahnmächtig

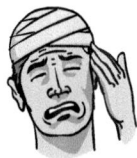

maumivu

Wehdaag

kuumia

Verwunnen

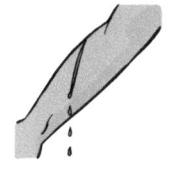

kutokwa na damu

Blöden

mshtuko wa moyo

Hartinfarkt

kiharusi

Slaganfall

mzio

Allergie

kikohozi

Hoosten

homa

Fever

mafua

Gripp

kuharisha

Dörchfall

maumivu ya kichwa

Koppwehdaag

kansa

Kreeft

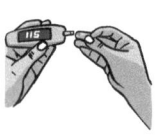

ugonjwa wa kisukari

Zuckersüük

daktari mpasuaji

Chirurg

kisu kidogo cha kupasulia

Chirurgsch Mess

operesheni

Operatschoon

hospitali - Krankenhuus

73

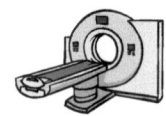

picha changanufu ya mwili

CT

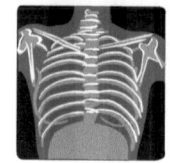

Eksrei

Dörchlüchten

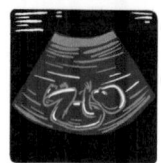

mawimbi sauti

Ultraschall

barakoa ya uso

Mask

ugonjwa

Krankheit

chumba cha kusubiri

Töövruum

mkongojo

Krück

plasta

Plaaster

bendeji

Verband

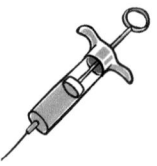

sindano

Insprütten

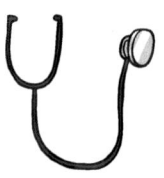

stetoskopu

Stethoskop

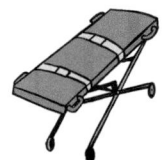

machela

Draag

kipimajoto cha kliniki

Feverthermometer

kuzaliwa

Geboort

unene kupita kiasi

Övergewicht

kusikia misaada

Höörapparat

kipukusi

Kiemfriemiddel

maambukizi

Ansteken

virusi

Virus

VVU / UKIMWI

HIV / AIDS

dawa

Heelmiddel

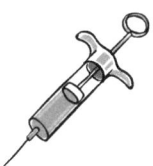

chanjo

Impen

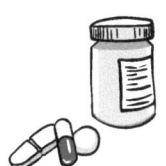

vidonge

Tabletten

kidonge

Pill

simu ya dharura

Nootroop

haemodainamometa

Blootdruck-Meter

mgonjwa / mwenye afya

krank / gesund

Msaada!	kengele	pigo
Hölp!	Alarm	Överfall

shambulizi	hatari	lango la dharura
Angreep	Gefohr	Nootutgang

Moto!	kizima moto	ajali
Füer!	Füerlöscher	Unfall

vifaa vya huduma ya kwanza	wito wa msaada	polisi
Noothölpkoffer	SOS	Polizei

Ulaya

Europa

Amerika ya Kaskazini

Noordamerika

Amerika ya Kusini

Süüdamerika

Afrika

Afrika

Asia

Asien

Australia

Australien

Atlantiki

Atlantik

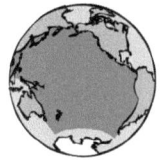

Pasifiki

Pazifik

Bahari ya Hindi

Indisch Weltmeer

Bahari ya Antaktiki

Antarktisch Weltmeer

Bahari ya Aktiki

Arktisch Weltmeer

Ncha ya Kaskazini

Noordpol

Ncha ya Kusini

Süüdpol

Antaktika

Antarktis

dunia

Eerd

nchi

Land

bahari

See

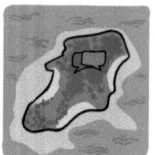

kisiwa

Eiland

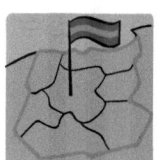

taifa

Natschoon

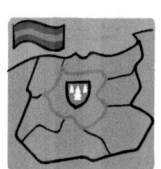

jimbo

Staat

uso wa saa

Tallenblatt

akrabu ya saa

Stunnenwieser

akrabu ya dakika

Minutenwieser

akrabu ya sekunde

Sekunnenwieser

Ni saa ngapi?

Wo laat is dat?

siku

Dag

wakati

Tiet

sasa

nu

saa ya dijitali

digetaalsch Klock

dakika

Minuut

saa

Stunn

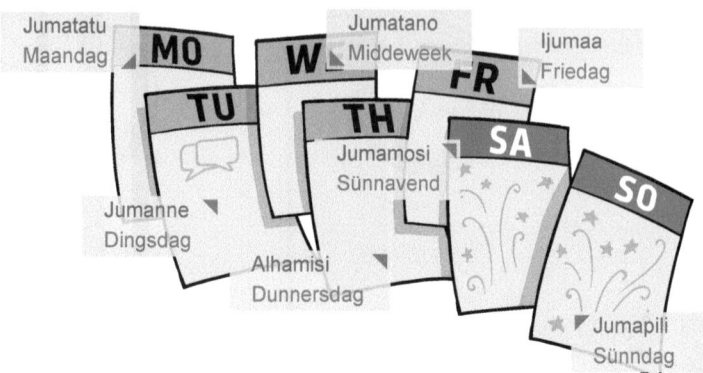

Jumatatu
Maandag **MO**

W Jumatano
Middeweek

Ijumaa
Friedag **FR**

TU

TH

Jumamosi
Sünnavend **SA**

Jumanne
Dingsdag

Alhamisi
Dunnersdag

SO

Jumapili
Sünndag

jana
güstern

leo
hüüt

kesho
morgen

asubuhi
Morgen

saa sita mchana
Meddag

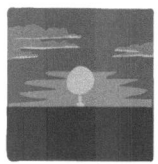

jioni
Avend

MO	TU	WE	TH	FR	SA	SU
1	2	3	4	5	6	7
8	9	10	11	12	13	14
15	16	17	18	19	20	21
22	23	24	25	26	27	28
29	30	31	1	2	3	4

siku za biashara
Arbeitsdaag

mwishoni mwa wiki
Wekenenn

mvua
Regen

upinde wa mvua
Regenbagen

upepo
Wind

theluji
Snee

majira ya machipuko
Fröhjohr

vuli
Harvst

kiangazi
Sommer

majira ya baridi
Winter

4.APRIL	11°	☀
5.APRIL	4°	🌧
6.APRIL	13°	☁
7.APRIL	8°	❄
8.APRIL	10°	❄

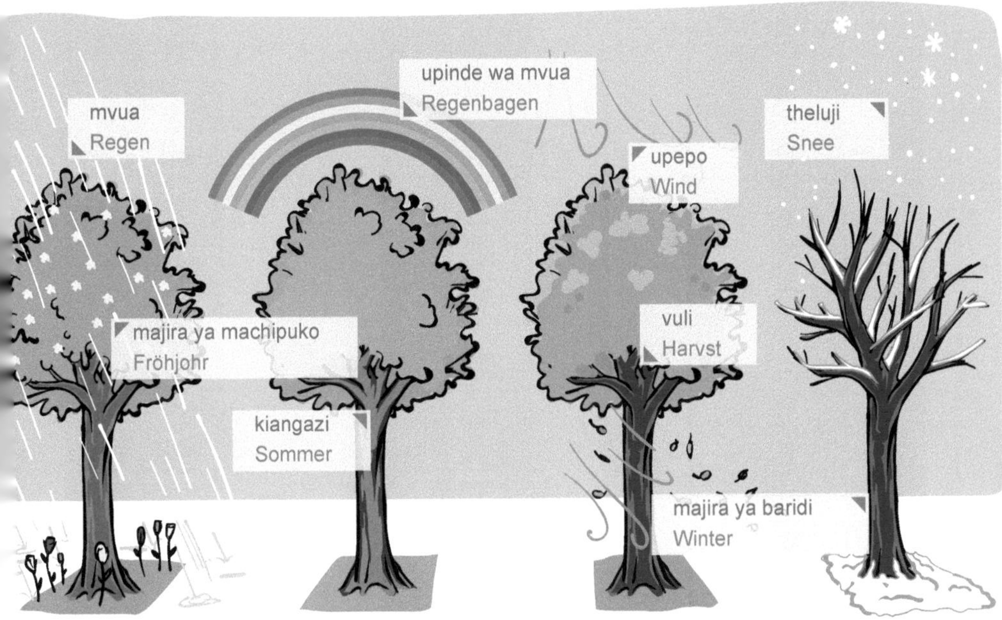

tabiri wa hali ya hewa

Wedervörhersaag

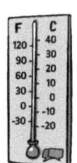

kipimajoto

Thermometer

mwanga wa jua

Sünnenschien

wingu

Wulk

ukungu

Nevel

unyevu

Luftfuchtigkeit

umeme

Blitz

radi

Dunner

dhoruba

Storm

mvua ya mawe

Hagel

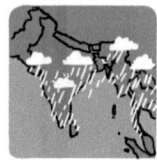

monsuni

Monsun

mafuriko

Floot

barafu

Ies

Januari

Januormaand

Februari

Februormaand

Machi

Martmaand

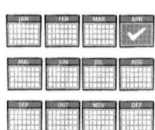

Aprili

Aprilmaand

Mei

Maimaand

Juni

Junimaand

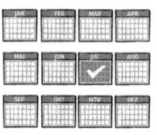

Julai

Julimaand

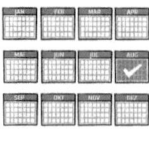

Agosti

Augustmaand

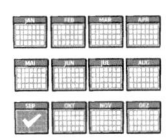

Septemba

Septembermaand

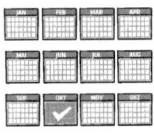

Oktoba

Oktobermaand

Novemba

Novembermaand

Desemba

Dezembermaand

maumbo
Formen

mduara

Krink

mraba

Quadrat

mstatili

Rechteck

pembetatu

Dreeeck

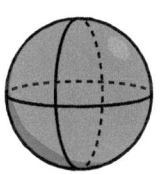

nyanja

Kugel

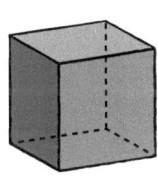

mchemraba

Wörpel

nyeupe

witt

manjano

geel

chungwa

orangsch

rangi ya waridi

pink

nyekundu

root

hudhurungi

lila

bluu

blau

kijani

gröön

hanja

bruun

jivujivu

gries

nyeusi

swart

mengi / kidogo

veel / wenig

hasira / pole

böös / verdreeglich

nzuri / mbaya

smuck / mies

mwanzo / mwisho

Begünn / Enn

kubwa / ndogo

groot / lütt

angavu / giza

hell / düüster

kaka / dada

Broder / Süster

safi / chafu

schier / schietig

kamilika / tokamilika

kumpleet / nich kumpleet

siku / usiku

Dag / Nacht

wafu / hai

doot / lebennig

pana / nyembamba

breet / small

kulika / kutolika
....
geneetbor / nich geneetbor

ovu / ema
....
böös / fründlich

sisimkwa / udhika
....
fickerig / langwielt

nene / nyembamba
....
dick / dünn

kwanza / mwisho
....
toeerst / toletzt

rafiki / adui
....
Fründ / Fiend

jaa / tupu
....
vull / leddig

ngumu / laini
....
hart / week

nzito / nyepesi
....
swoor / licht

njaa / kiu
....
Smacht / Döst

mgonjwa / mwenye afya
....
krank / gesund

haramu / kisheria
....
nich na't Recht / na't Recht

akili / kijinga
....
klook / dummerhaftig

kushoto / kulia
....
linkerhand / rechterhand

karibu / mbali
....
neeg / feern

mpya / kutumika
....
nieg / bruukt

kitu / jambo
....
nix / wat

zee / changa
....
oolt / jung

waka / zima
....
an / ut

wazi / fungwa
....
apen / slaten

utulivu / kelele
....
lies / luut

tajiri / masikini
....
riek / arm

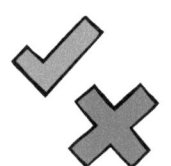

sahihi / kosa
....
richtig / verkehrt

mbaya / laini
....
ruug / glatt

huzunika / furahia
....
trurig / glücklich

fupi /ndefu
....
kort / lang

polepole / haraka
....
suutje / flink

nyevu / kavu
....
natt / dröög

joto / baridi
....
warm / köhl

vita / amani
....
Krieg / Freden

nambari
Tallen

0	**1**	**2**
sufuri	moja	mbili
null	een	twee

3	**4**	**5**
tatu	nne	tano
dree	veer	fief

6	**7**	**8**
sita	saba	nane
söss	söven	acht

9	**10**	**11**
tisa	kumi	kumi na moja
negen	teihn	ölven

12
kumi na mbili
twölf

13
kumi na tatu
dörteihn

14
kumi na nne
veerteihn

15
kumi na tano
föffteihn

16
kumi na sita
sössteihn

17
kumi na saba
söventeihn

18
kumi na nane
achtteihn

19
kumi na tisa
negenteihn

20
ishirini
twintig

100
mia
hunnert

1.000
elfu
dusend

1.000.000
milioni
million

Kiingereza

Engelsch

Kiingereza cha Marekani

Amerikaansch Engelsch

Kimandarini cha Uchina

Chineesch Mandarin

Kihindi

Hindi

Kihispania

Spaansch

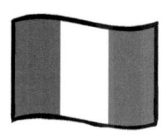

Kifaransa

Franzöösch

Kiarabu

Araabsch

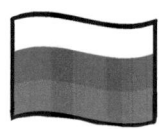

Kirusi

Rusch

Kireno

Portugiesch

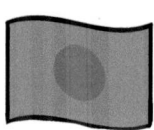

Kibengali

Bengaalsch

Kijerumani

Düütsch

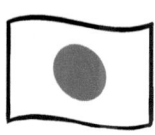

Kijapani

Japaansch

mimi

ik

wewe

du

yeye / yeye / ni

he / se / dat

sisi

wi

wewe

ji

wao

se

nani?

keen?

nini?

wat?

jinsi gani?

woans?

wapi?

woneem?

lini?

wannehr?

jina

Naam

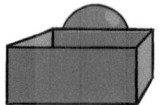

nyuma

achter

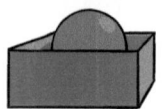

katika

in

mbele ya

vör

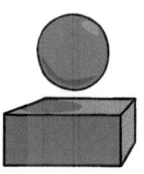

juu ya

över

kwenye

op

chini ya

ünner

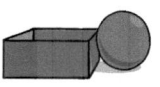

kando

blangen

kati

twüschen

mahali

Oort